Siku Yangu ya Kazi Ofisini

Imeandikwa na Alex Kimathi
Imechorwa na Anton Syadrov

Library For All Ltd.

Hii ni meza yangu ya
kufanyia kazi.

Hiki ni kiti changu.

Hapa kuna kichapishi.

Hapa kuna simu.

Hapa kuna kompyuta yangu.

Hapa kuna faili zangu.

Hii hapa ni daftari langu.

Hapa kuna laptop yangu.

Huu hapa ni ubao mweupe.

Hii hapa ni kalenda yangu.

Hapa kuna vifaa vya ofisi.

Hapa kuna kahawa yangu.

Hapa kuna kikundi changu cha kazi.

Tuko na mkutano sasa hivi.

Mara kwa mara, tunakuwa na warsha au semina.

Hii ndiyo ofisi yangu.

Mimi hukuja hapa ili kufanya
kazi kila siku.

Kuhusu Wachangiaji

Library For All hufanya kazi na waandishi na wachoraji kutoka duniani kote ili kutengeneza hadithi mbalimbali, zinazofaa na za ubora wa juu kwa wasomaji wachanga. Tembelea libraryforall.org upate habari mpya kuhusu matukio ya waandishi na semina, vigezo vya uwasilishaji wa hadithi na fursa nyingine zenye ubunifu.

Je, ulifurahia kitabu hiki?

Tuna mamia ya hadithi za asili zilizoratibiwa kwa ustadi zaidi unazoweza kuchagua.

Tunafanya kazi kwa ushirikiano na waandishi, waelimishaji, washauri wa kitamaduni, serikali na mashirika yasiyo ya kiserikali ili kuleta furaha ya kusoma kwa watoto kila mahali.

Ulijua?

Tunaleta mchango mkubwa kimataifa katika nyanja hizi kwa kukumbatia Malengo ya Maendeleo Endelevu ya Umoja wa Mataifa.

Unasoma Ngazi ya 1

Mwanafunzi - Wasomaji wanaoanza

Anza safari yako ya kusoma kwa maneno mafupi, mawazo makubwa na picha nyingi.

Ngazi ya 1 - Wasomaji wanaoibukia

Ongeza kiwango chako cha kusoma kwa maneno zaidi, sentensi rahisi na picha za kusisimua.

Ngazi ya 2 - Wasomaji wenye uchu/hamu

Furahia wakati wako wa kusoma kwa maneno yanayojulikana, lakini yenye sentensi ngumu.

Ngazi ya 3 - Wasomaji wanaoendelea

Endeleza ujuzi wako wa kusoma hadithi zenye ubunifu na baadhi ya misamiati yenye changamoto.

Ngazi ya 4 - Wasomaji fasaha

Ongeza ujuzi wako wa kusoma simulizi za kufurahisha, maneno mapya na mambo ya kweli ya kufurahisha.

Ngazi ya 5 - Wasomaji wadadisi

Gundua ulimwengu wako kupitia sayansi na hadithi.

Ngazi ya 6 - Wasomaji bora zaidi

Chunguza ulimwengu wako kupitia sayansi na hadithi.

Siku Yangu ya Kazi Ofisini

Tolea hili limechapishwa 2024

Imechapishwa na Library For All Ltd
Barua pepe: info@libraryforall.org
URL: libraryforall.org

Huu mradi uliwashilishwa kwa msaada wa Edmund Rice Foundation huko Australia.

Edmund Rice
FOUNDATION AUSTRALIA
Liberating Lives Through Education

Michoro asilia imechorwa na Anton Syadrov

Siku Yangu ya Kazi Ofisini
Kimathi, Alex
ISBN: 978-1-923339-11-8
SKU04545